AF687076

நீல வானம்

வானம் மழையை பொழிந்து
ஜீவராசிகள் மகிழ்விப்பது போல்
நாமும் உதவிகள் செய்து
பிறரை மகிழ்விக்க வேண்டும்.

அன்புத் தோழியே

அறிமுகம் இல்லாமல் இணைந்தோம்
அடிக்கடி பேசிக் கொண்டோம்
உறவுகளுக்கு மேலே உயிரானோம்
நீயும் நானும் ஒன்றாக சேர்ந்து
பேசிக் கழித்த அந்த இனிய நாட்கள்
மீண்டும் வருமா என்னுயிர் தோழியே.

விமான பயணம்

ஆகாய பயணம்

ஆனந்த பயணம்

விரைவுப் பயணம்

விலை மிக்க பயணம்

மேகங்களுக்கு அருகில்

செல்லும் பயணம்

உலகம் முழுவதும்

சுற்றும் பயணம்.

காத்திருப்பு

தோழனின் வருகைக்காக
வகுப்பறையில்
காத்திருக்கிறாள்
தோழி
காதலனின் வருகைக்காக
கடற்கரையில்
காத்திருக்கிறாள்.
காதலி
தலைவனின் வருகைக்காக
கதவருகில்
காத்திருக்கிறாள்
தலைவி.

காதல்

நிலவு தேய்ந்து மறையும்
நான் உன்னிடம் வைத்த
காதல் சிறிதும் தேயாது.

பார்வை ஒன்றே போதுமே

பாசங்கள் வந்து விட்டால்
பறிமாற்றம் நிகழ
பாஷைகள் தேவையில்லை
பார்வைகள் ஒன்றே போதுமே.

காவல் காரர்கள்

நாள்தோறும்

உண்ணும் காய்கறிகள்

நோய்களை

விரட்டும்

காவல் காரர்கள்.

ஏகாந்த வேளை

ஏகாந்த வேளையில்

காதல் அரும்பும்.

இடைவெளி

கணவனுக்கும் மனைவிக்கும்
இடைவெளி தேவையில்லை
ஒரு குழந்தைக்கும் அடுத்த குழந்தைக்கும்
இடைவெளி தேவை
நண்பனுக்கும் நண்பனுக்கும்
இடைவெளி தேவையில்லை
பகைவனுக்கும் பகைவனுக்கும்
இடைவெளி தேவை.

ஓநாய்

ஒற்றுமையாக வாழும் வித்தையை
கற்றுக் கொடுக்கும் ஓநாய்.

அக்கா

நல்ல தாய்
நல்ல ஆசிரியை
நல்ல ஆலோசகர்
நல்ல தோழி.

<u>கைவிடாதே</u>

நம்பிக்கையை கைவிடாதே
முயற்சியை கைவிடாதே
பொறுமையை கைவிடாதே
அன்பினை கைவிடாதே
புன்னகையை கைவிடாதே
ஊனமுற்றோரை கைவிடாதே
உறவுகளை கைவிடாதே
முதியோரை கைவிடாதே
தாய் தந்தையரை கைவிடாதே
குழந்தைகளை கைவிடாதே.

தீயணைப்பு வீரன்

தாய்க்கும் தாரத்திற்கும்
நடக்கும் பூசல்களை
நல்ல ஆண்மகன்
தீயணைப்பு வீரன்
தண்ணீர் தெளித்து
அணைப்பது போல்
தன் பேச்சு திறமையால்
சமாதானம் செய்தால்
குடும்பத்தில் எப்போதும்
மகிழ்ச்சி தவழும்.

முழு நிலவு

நாங்கள் செல்லும் பாதையில்
நிலவு உடன் வருவது போல்
நமக்கு இன்னல் நேரும்போது
உறவினர் உடன் வருகின்றனர்.

காய்ச்சல்

உடல் சூட்டினால் காய்ச்சல் உண்டாகும்
மன சூட்டினால் கோபம் உண்டாகும்
காய்ச்சலுக்கு மருந்து இருக்கிறது.
கோபத்திற்கு மருந்து இருக்கிறது?

ஆன்லைன் ஆர்டர்

பேனா வேண்டும் என்றால்
ஆன்லைனில் ஆர்டர் போடலாம்
புத்தகம் வேண்டும் என்றால்
ஆன்லைனில் ஆர்டர் போடலாம்
கார் வேண்டும் என்றால்
ஆன்லைனில் ஆர்டர் போடலாம்
சுடிதார் வேண்டும் என்றால்
ஆன்லைனில் ஆர்டர் போடலாம்
அம்மா வேண்டும் என்றால்
ஆன்லைனில் ஆர்டர் போடலாமா?

வாடகைத்தாய்

தன் குடும்ப தேவைகளுக்காக
பத்து மாதங்கள் வயிற்றில் சுமந்து
ஆணா பெண்ணா என்றறியாமலே
ஆஸ்பத்திரியில் விட்டு செல்பவள்.

அண்ணா

தங்கைக்கு சிறந்த
பாதுகாப்பு அண்ணன்.

காதல் உலகம்

விழியில் விழுந்து
இதயம் நுழைந்து
காதல் பிறந்து
புதிய உலகின்
உள்ளே நுழைந்து
பற்பல கதைகள்
சில்மிஷங்கள் செய்து
ஆனந்தம் அடைந்தோம்.

<u>சாவிக் கொத்து</u>

அறைக் கதவை திறந்து
வீட்டிற்கு செல்ல உதவுவது
சாவிக் கொத்து
இதயக் கதவைத் திறந்து
காதலுக்குள் செல்ல உதவுவது
மலர் கொத்து.

<u>மலர் மஞ்சம்</u>

திருமண வாழ்வில்
புரிதல் வந்தால்
தலைவனின் நெஞ்சம்
தலைவிக்கு மலர்மஞ்சம்.

மஞ்சள் பூசும் மாலை

மஞ்சள் பூசும் மாலை
மலர்கள் மலரத் துவங்கும் வேளை
மஞ்சள் நிலா உலாவரும் வேளை
கவிஞருக்கு கவிதை உதிக்கும் வேளை.

பரிசு பொருள்

பரிசு பொருள் கொடுப்பவரின்
அன்பை வெளிப்படுத்தும்
பரிசு பொருள் பெறுபவர்களுக்கு
ஆனந்தத்தை கொடுக்கும்
தூரத்தில் இருந்து பார்ப்பவர்களுக்கு
பொறாமையை உண்டாக்கும்.

ஈர முத்தம்

அன்பை வெளிப்படுத்தும்
வார்த்தை தான் முத்தம்
கையில் கொடுக்கும் முத்தம்
மதிப்பின் வெளிப்பாடு
நெற்றியில் கொடுக்கும் முத்தம்
நேசத்தின் வெளிப்பாடு
கழுத்தில் கொடுக்கும் முத்தம்
அன்பின் வெளிப்பாடு
கண்ணத்தில் கொடுக்கும் முத்தம்
பாசத்தின் வெளிப்பாடு
உதட்டில் கொடுக்கும் முத்தம்
உறவின் வெளிப்பாடு.

சங்கமம்

பேருந்துகளின் சங்கமம்
பயணிகளின் சங்கமம்
வியாபாரிகளின் சங்கமம்
காதலர்களின் குதூகலம்

வாசிப்பு

உயிர் வாழ சுவாசிப்பு
அன்பை பெற நேசிப்பு
அறிவை பெற யோசிப்பு
வளமுடன் வாழ வாசிப்பு.

<u>மாத்திரை</u>

திருவிழா வரும் மாதம் சித்திரை
பொருளின் தரத்தை குறிப்பது முத்திரை
உடலுக்கு புத்துணர்ச்சி தருவது நித்திரை
நோய்களை தீர்க்க வல்லது மாத்திரை!

<u>நீயே நான்</u>

நமக்குள் காதல் பிறந்ததும்
நீயே நான் என்று தெரிந்தது.

ஞாபக கிடங்கு

நம் வாழ்க்கை பயணத்தில்
நடந்த சம்பவங்களும் சிந்தணைகளும்
இனிமையானவை என்ற போதிலும்
கடுமையானவை என்ற போதிலும்
விடைபெற மறுக்கின்றன.

உதிரும் உதிரம்

உடலைக் கீறினால்
உதிரம் உதிரும்
உள்ளத்தைக் கீறினால்
உறவுகள் உடையும்.

புத்தக வாசிப்பு

ஒரு நல்ல புத்தகம்
மனதை வளமாக்கும்
தன்னம்பிக்கை ஊட்டும்
வாய்ப்புகள் பலதரும்
திறமையை வெளிப்படுத்தும்
அறியாமையை நீக்கும்
சமூகத்தை மாற்றும்
உற்சாகம் தரும்
உலகை தன்னுள் அடக்கும்.

பகடைக் காய்

பகடைக் காய் விளையாட்டு
வாழ்க்கையின் ஏற்றங்களையும்
இறக்கங்களையும் கற்பிக்கிறது.

அழகு

பார்க்க பார்க்க
எல்லாம் அழகு.

குடை கொண்டு வா

கோடை வெயில் சுட்டெரிக்கிறது
குடை கொண்டு வா நிழலுக்காக
அடை மழை கொட்டுகிறது
குடை கொண்டு வா நனையாதிருக்க
புகைப் படத்தில் ஒய்யாரமாக
குடை கொண்டு வா விரைவாக
தாத்தாவுக்கு நடை தள்ளாடுகிறது
குடை கொண்டு வா ஊன்றுகோலாக.

அம்மா

பத்து மாதங்கள் வயிற்றில் சுமந்தார்
பொறுமையாக வாழ கற்பித்தார்
தன்னம்பிக்கையை ஊட்டினார்
தான் சாகும் வரை நேசித்தார்

குயவன்

பொறுமையும் திறமையும் சேர்ந்து
அழகிய வடிவம் பெற்றது
குயவன் கையிலிருந்து களிமண்.

எதிரும் புதிரும்

விட்டுக் கொடுத்தலின்
மகிமையை அறிந்ததால்
எதிரும் புதிருமாக இருந்த
கணவனும் மனைவியும்
மீண்டும் இணைந்தனர்.

திறவுகோல்

இரும்பு திறவுகோல்
குதவை திறக்கும்
நம்பிக்கை திறவுகோல்
வாழ்க்கையை மேம்படுத்தும்.

அழகிய மாலை

வான மகள் வேறு உடை பூணும் நேரம்
பறவைகள் கூட்டுக்கு திரும்பும் நேரம்
மலர்கள் வாசம் வீசி மயக்கும் நேரம்
காதலர்களை மகிழ்விக்கும் நேரம்
நிலவு வானில் உலா வரும் நேரம்
நட்சத்திரங்கள் மின்னும் நேரம்.

காலக் கதவு

இதய கதவு திறந்தால்
காதல் பிறக்கும்
மனக் கதவு திறந்தால்
எண்ணங்கள் பிறக்கும்
காலக் கதவு திறந்தால்
புதுமைகள் பிறக்கும்.

டிஜிட்டல் யுகம்

டிஜிட்டல் யுகம்
விஞ்ஞான யுகம்
வசதியான யுகம்
வேகமான யுகம்
உற்சாகமான யுகம்
மகிழ்ச்சியான யுகம்.

அன்புச் சண்டை

அன்புச் சண்டைகள்
அடிக்கடி வருவதால்
எனக்கும் என்னவருக்கும்
நடுவில் இருக்கும்
அன்பு அதிகரிக்கிறது.

நெருங்காதே

ஆவியே என்னிடம் நெருங்காதே

ஆபத்தே என்னிடம் நெருங்காதே

வலிகளே என்னிடம் நெருங்காதே

வில்லியே என்னிடம் நெருங்காதே

சோகமே என்னிடம் நெருங்காதே

பயமே என்னிடம் நெருங்காதே

மின்னலே என்னிடம் நெருங்காதே

இடியே என்னிடம் நெருங்காதே

கொசுவே என்னிடம் நெருங்காதே

மழையே என்னிடம் நெருங்காதே

துன்பமே என்னிடம் நெருங்காதே.

<u>நடு கற்கள்</u>

தோல்வியே தடை கற்கள்

முயற்சிகள் படி கற்கள்

வெற்றிகள் நடு கற்கள்.

<u>மாலை நேரத்து மயக்கம்</u>

மாலை நேரத்து மயக்கம்

காதலர்களுக்குள் பிறக்கும் நெருக்கம்.

காதல் பனி

உறைபனி வெயில் பட்டு
உருகும்.
காதல் பனி வெயில் பட்டு உருகுமா?

மெழுகு வர்த்தி

மெழுகு வர்த்தி உருகி
பிறருக்கு வெளிச்சம்
கொடுத்து மகிழ்கிறது.
அதேபோல் நாமும்
பிறருக்கு உதவிகள் செய்து
மகிழலாம்.

வேண்டாம்

கல்லாமை வேண்டாம்
காயங்கள் வேண்டாம்
காமங்கள் வேண்டாம்
கோபங்கள் வேண்டாம்
சந்தேகம் வேண்டாம்
சபலம் வேண்டாம்
சோம்பல் வேண்டாம்
பயம் வேண்டாம்
பகட்டு வேண்டாம்
பரிகாசம் வேண்டாம்
பொறாமை வேண்டாம்
ஏழ்மை வேண்டாம்
ஏக்கம் வேண்டாம்
ஏமாற வேண்டாம்.

வாண்டு பாப்பா

குட்டி பாப்பா
சுட்டி பாப்பா
செல்ல பாப்பா
லட்டு பாப்பா
அழகு பாப்பா
கண்ணு பாப்பா
வாண்டு பாப்பா.

சேமிப்பு

உயிர் வாழ சுவாசிக்க வேண்டும்
அன்பை பெற நேசிக்க வேண்டும்
அறிவை பெற வாசிக்க வேண்டும்
வசதியாக வாழ சேமிக்க வேண்டும்.

குழந்தை பருவம்

கவலையே இல்லாத பருவம்
வேலைகள் இல்லாத பருவம்
கஷ்டங்கள் இல்லாத பருவம்
பிரச்சனைகள் இல்லாத பருவம்
இனிய குழந்தை பருவம்.

அம்மா பிள்ளை

அம்மா பிள்ளை
நல்ல பிள்ளை
அப்பா பிள்ளை
சாதனை பிள்ளை
தாத்தா பிள்ளை
சுட்டி பிள்ளை
பாட்டி பிள்ளை
பாசப் பிள்ளை.

கொடைக்கானல்

இயற்கையின் இளவரசி
பனிமேகங்களின் எழிலரசி
புதுமணத் தம்பதிகளுக்கு
தேனிலவின் கலையரசி.

நண்பன்

துன்பத்தின் போது
துணையாக இருப்பவனே
உண்மையான நண்பன்.

ஆல்பம்

நம் பொக்கிஷமாக நெஞ்சில் புதைத்த
நினைவுகளை நினைவூட்டும் புத்தகம்.

ஒரு கப் காபி

மனிதர்கள் சோர்வடையும் சமயம்
புத்துணர்வும் ஆனந்தமும் தரும்
ஒரு கப் காபி.

நூலகம்

உலகையே தன்னுள் அடக்கும்
அறிவு பெட்டகம் நூலகம்.

எழுத்து

சொல்வது எளிது
செயல்படுத்துவது கடினம்
பேசுவது எளிது
எழுதுவது கடினம்
பேசியது மறந்து விடும்
எழுதியது நிலைத்திருக்கும்
பேசுவதை குறைத்து விட்டு
எழுதத் தொடங்கலாம்.

டீக்கடை பேச்சு

மனித உணர்வுகளின் பகிர்வு
கிராமப்புர டீக்கடை பேச்சு.

தான தர்மம்

அட்சய பாத்திரம்
அள்ள அள்ள
உணவு தருகிறது
அதே போல்
நாம் பிறர்க்கு
தான தர்மங்கள்
செய்வது நல்லது.

பூனை

மொசு மொசு பூனையே
உன் நீலநிற கண்கள்
இரவில் மட்டும்
ஜொலிப்பது ஏன்
பாலை திருடிக் குடிப்பதற்கா?

பிஞ்சுப் பூ

பஞ்சுப் பாப்பாவின்
மெல்லிய கை
பிஞ்சுப் பூ.

சொர்க்கம்

இவள் என்னவள்
என்று கணவனும்
இவன் என்னவன்
என்று மனைவியும்
நினைத்தால் போதும்
இல்லறம் சொர்க்கம்.

நேர மேலாண்மை

நேர மேலாண்மையே
வெற்றியின் மூலாதாரம்.

ஆசிரியர்

ஏணிப்படிகளாய் இருந்து
பிறரை வாழ்வில் உயர்த்திவிட்டு
தான் மட்டும் அதே நிலையில்
இருப்பவர் ஆசிரியர்.

ஏர்போர்ட்

விமானங்களின் சங்கமம்
காதலர்களின் சங்கமம்
பயணிகளின் சங்கமம்
குழந்தைகளின் குதூகலம்.

கொரோனா

ஒரு சிறிய கிருமி உலகையே
ஆட்டுவித்தது
ஆலயங்கள் மூடப்பட்டன
அலுவலகங்கள் மூடப்பட்டன
கல்வி சாலைகள் மூடப்பட்டன
தடை உத்தரவு போடப்பட்டது
மக்கள் வீடுகளில் முடங்கினர்
ஆஸ்பத்திரிகள் திறந்திருந்தன
டாக்டர்கள் தெய்வங்களாக தெரிந்தனர்
செவிலியர்கள் தேவதையாக மாறினர்

என்னுயிரே

காதலித்து திருமணம்
செய்து கொண்டு
புரிதலுடன் வாழ்ந்து
பெயர் சொல்ல
குழந்தைகள் பெற்று
வளர்த்து ஆளாக்கி
அவர்களை முன்னேற்றி
கடமைகளை முடித்து
நானின்றி நீ மட்டும்
வாழ முடியும் ஆனால்
நீ இன்றி நான் மட்டும்
வாழ முடியாது
என்று எண்ணி என்னை
கைவிட்டு செல்லலாமா
என்னுயிரே.

கனவு காண்கிறேன்

திருநங்கைகள் வாழ்வில்
முன்னேறி கவுரவமாக வாழும்
உலகை கனவு காண்கிறேன்.

அப்பா

உலகை அறிமுகம் படுத்துவார்
நல்ல அனுபவங்களை கற்பிப்பார்
பொறுப்புகளை உணர்த்துவார்.

அழுகை

அழுகை எனும் அருவியில்
தினம் தினம் கரைகிறேன்
நிலவே உன் நேசத்தை
தர என்னருகில் வருவாயா.

பிஞ்சு பாதம்

எள்ளுப் பேரனின்
பிஞ்சுப் பாதம்
மார்பில் எட்டி
உதைத்த போது
மனம் கேட்டது
எத்தனை கோடி
இன்பம் வைத்தாய்
இறைவா என்று.

www.ingramcontent.com/pod-product-compliance
Lightning Source LLC
LaVergne TN
LVHW060045210926
848481LV00013B/3959
* 9 7 9 8 9 0 5 6 0 2 8 7 0 *